베트남어 쓰기 노트

쓰기 노트

STEP 3

송유리 · 시원스쿨베트남어연구소 지음

S 시원스쿨닷컴

베트남어 쓰기 노트 STEP 3

초판 5쇄 발행 2022년 9월 23일

지은이 송유리 · 시원스쿨베트남어연구소
펴낸곳 (주)에스제이더블유인터내셔널
펴낸이 양홍걸 이시원

홈페이지 vietnam.siwonschool.com
주소 서울시 영등포구 국회대로74길 12 남중빌딩 시원스쿨
교재 구입 문의 02)2014-8151
고객센터 02)6409-0878

ISBN 979-11-6150-227-4
Number 1-420105-03031800-02

저자의 글

베트남어 표현을 써본다는 것은 어떤 특별한 재능과 상관없이 누구나 배우고, 누릴 수 있는 즐거움이자 행복입니다.

베트남어를 배우는 학습자에게 가장 실용적으로 베트남어를 활용할 수 있는 영역은 쓰기와 말하기일 것입니다.

베트남어를 배우는 많은 학습자가 말하기는 그럭저럭 배운다고 하더라도, 쓰기를 할 수 있는 학습자는 매우 드뭅니다. 베트남어를 능숙하게 말하는 사람조차 메일을 쓰거나 메신저, 문자를 보내는 단순한 것조차 부담스러워합니다.

『베트남어 쓰기 노트』는 실생활에서 많이 사용하는 베트남어 단어와 문장을 통해, 스스로 표현하고자 하는 실전 회화까지 구현할 수 있도록 하였습니다.

> "일상생활에서 가장 많이 쓰이는 표현들을
> 나만의 글씨체로 채워가는 시간.
> 이것은 공부를 넘어서 말을 표현하고,
> 실력을 키우고, 성장시키는 또 하나의 방법입니다."

쓰기는 베트남어 학습의 핵심이자 꽃이라고 말합니다.
『베트남어 쓰기 노트』가 여러분을 베트남어 학습의 즐거움으로 안내합니다.

저자 송유리

목차 & 구성

◆ 목차 & 구성 ·· 4

◆ 학습 플랜 ·· 6

Bài 01 (01강) 제안 표현 │ nhé (~해요) ········· 10

Bài 02 (02강) 소개 표현 │ 지시대명사 đây ·········· 14

Bài 03 (03강) 당부 표현 │ nhớ (꼭 ~해요) ·········· 18

Bài 04 (04강) 당위성과 필요 표현 │ cần phải ·········· 22

Bài 05 (05강) 권유 표현 │ 조동사 nên (~하는 게 좋겠다) ······· 26

Bài 06 (06강) 원인 표현 │ 접속사 nên (그래서) ·········· 30

Bài 07 (07강) 행동 묘사 표현 │ 의문사 + mà ·········· 34

Bài 08 (08강) 관계대명사 표현 │ 관계대명사 mà ·········· 38

Bài 09 (09강) 강한 부정 표현 │ không ~ đâu (~하지 않다) ······ 42

Bài 10 (10강) '유일'의 표현 │ chỉ ~ thôi (단지 ~할 뿐이다) ····· 46

Bài 11 (11강) '함께'의 표현 │ cùng + 동사 ·········· 50

Bài 12 (12강) 요청 표현 ① │ cái, con, quyển 종별사 1 ····· 54

Bài 13 (13강) 요청 표현 ② │ thêm + 명사 + nữa ·········· 58

Bài 14 (14강) 추가 표현 │ 동사 + thêm + nữa ·········· 62

Bài 15 (15강) 가정법 표현 │ nếu ~ thì (만약 ~한다면 ~하다) ··· 66

Bài 16 (16강) 긍정 표현 │ nào ~ cũng ·········· 70

Bài 17 (17강) │ 종별사 표현 │ chai, tô, đĩa 종별사 2 ···················· 74

Bài 18 (18강) │ 테이크아웃 표현 │ mang ···································· 78

Bài 19 (19강) │ 부탁 표현 │ giúp ~ được không? ···················· 82

Bài 20 (20강) │ 부정적 수동태 표현 │ bị (~하게 되다) ·············· 86

Bài 21 (21강) │ 긍정적 수동태 표현 │ được (~하게 되다) ········ 90

Bài 22 (22강) │ 청하는 표현 │ mời + 주어 + 동사 ················ 94

Bài 23 (23강) │ 전치사 표현 │ trước, sau, trên, dưới ·········· 98

Bài 24 (24강) │ 길 묻고 답하는 표현 │ 방향 묘사 ·············· 102

부록 │ 베트남어 회화 쓰기 연습 (정자체/필기체 연습) ········ 107

이 책의 구성

★ 원어민이 녹음한 MP3 음원 무료 제공 ★

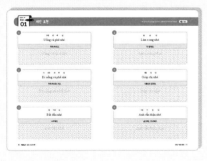

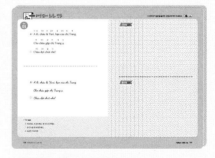

★ 베트남어 따라 쓰기

베트남에서 가장 많이 쓰이는 표현을
원어민의 녹음과 함께 따라 쓸 수 있게 구성

★ 베트남어 회화 쓰기 연습

앞에서 배운 단어와 문장을 활용한 회화
(정자체/필기체)를 원어민의 녹음을 들으며
따라 쓸 수 있게 구성

학습 플랜

7일 학습 플랜	
DAY	**단원**
1일	1강 / 2강 / 3강 / 4강 문장 쓰기 + 1강 / 2강 / 3강 / 4강 회화(정자체, 필기체) 쓰기
2일	5강 / 6강 / 7강 / 8강 문장 쓰기 + 5강 / 6강 / 7강 / 8강 회화(정자체, 필기체) 쓰기
3일	9강 / 10강 / 11강 / 12강 문장 쓰기 + 9강 / 10강 / 11강 / 12강 회화(정자체, 필기체) 쓰기
4일	13강 / 14강 / 15강 / 16강 문장 쓰기 + 13강 / 14강 / 15강 / 16강 회화(정자체, 필기체) 쓰기
5일	17강 / 18강 / 19강 / 20강 문장 쓰기 + 17강 / 18강 / 19강 / 20강 회화(정자체, 필기체) 쓰기
6일	21강 / 22강 / 23강 / 24강 문장 쓰기 + 21강 / 22강 / 23강 / 24강 회화(정자체, 필기체) 쓰기
7일	1강 ~ 24강 복습해 보기

DAY	단원
14일 학습 플랜	
1일	1강 / 2강 문장 쓰기 + 1강 / 2강 회화(정자체, 필기체) 쓰기
2일	3강 / 4강 문장 쓰기 + 3강 / 4강 회화(정자체, 필기체) 쓰기
3일	5강 / 6강 문장 쓰기 + 5강 / 6강 회화(정자체, 필기체) 쓰기
4일	7강 / 8강 문장 쓰기 + 7강 / 8강 회화(정자체, 필기체) 쓰기
5일	9강 / 10강 문장 쓰기 + 9강 / 10강 회화(정자체, 필기체) 쓰기
6일	11강 / 12강 문장 쓰기 + 11강 / 12강 회화(정자체, 필기체) 쓰기
7일	13강 / 14강 문장 쓰기 + 13강 / 14강 회화(정자체, 필기체) 쓰기
8일	15강 / 16강 문장 쓰기 + 15강 / 16강 회화(정자체, 필기체) 쓰기
9일	17강 / 18강 문장 쓰기 + 17강 / 18강 회화(정자체, 필기체) 쓰기
10일	19강 / 20강 문장 쓰기 + 19강 / 20강 회화(정자체, 필기체) 쓰기
11일	21강 / 22강 문장 쓰기 + 21강 / 22강 회화(정자체, 필기체) 쓰기
12일	23강 / 24강 문장 쓰기 + 23강 / 24강 회화(정자체, 필기체) 쓰기
13일	1강 ~ 12강 복습해 보기
14일	13강 ~ 24강 복습해 보기

베트남어의 호칭

• 1, 2인칭의 호칭이 고정된 것이 아니라 청자와 화자의 관계에 따라 구별하여 사용합니다.

청자	떠 밍 tớ / mình 나	짜우 cháu 손자, 손녀, 조카(뻘) 되는 아이		또이 tôi 저	껀 con 자녀	앰 em 학생
				앰 em 손아랫사람		
화자	반 bạn 친구(너)	옴 ông 할아버지, 나이가 많은 남성, 사회적 지위가 높은 남성	박 bác 큰아버지, 큰어머니	아잉 anh 형, 오빠, 자신과 나이가 비슷하거나 많은 남성	보 bố 아버지	터이 thầy (남자) 선생님
	꺼우 cậu 친구(너)	바 bà 할머니, 나이가 많은 여성, 사회적 지위가 높은 여성	쭈 chú 삼촌, 아저씨 꼬 cô 고모, 아주머니	찌 chị 누나, 언니, 자신과 나이가 비슷하거나 많은 여성	매 mẹ 어머니	꼬 cô (여자) 선생님

복수 호칭			
1인칭 복수 '우리' (청자 포함 여부로 결정)		2, 3인칭 복수 '~들' (các (~들) + 2, 3인칭 호칭)	
청자 포함	청자 제외	깍 아잉 깍 찌 깍 반 예 các anh / các chị / các bạn 형들, 오빠들 / 누나들, 언니들 / 친구들	
쭘 따 chúng ta 우리	쭘 또이 chúng tôi 우리	깍 아잉 어이 깍 찌 어이 깍 반 어이 các anh ấy / các chị ấy / các bạn ấy 그들 그녀들 친구들	

베트남어

쓰기 노트

STEP 3

제안 표현

1

우옹 까 페 내
Uống cà phê nhé.

커피 마셔요.

Uống cà phê nhé.

2

디 우옹 까 페 내
Đi uống cà phê nhé.

커피 마시러 가요.

Đi uống cà phê nhé.

3

받 더우 내
Bắt đầu nhé.

시작해요.

Bắt đầu nhé.

4

람 썸 내

Làm xong nhé.

다 끝내요.

Làm xong nhé.

5

지웁 찌 내

Giúp chị nhé.

나를 좀 도와줘.

Giúp chị nhé.

6

아잉 껀 턴 내

Anh cẩn thận nhé.

형(오빠), 조심해요.

Anh cẩn thận nhé.

7

우옹 짜 냬

Uống trà nhé.

차 마셔요.

Uống trà nhé.

8

버이 지어 헙 냬

Bây giờ, học nhé.

지금, 공부해요.

Bây giờ, học nhé.

9

안 껌 냬

Ăn cơm nhé.

밥 먹어요.

Ăn cơm nhé.

10

베 냐 냬
Về nhà nhé.

집에 가요.

Về nhà nhé.

11

디 싸우 냬
Đi sau nhé.

나중에 가요.

Đi sau nhé.

12

디 쯔억 냬
Đi trước nhé.

먼저 가요.

Đi trước nhé.

1

더이 라 더우
Đây là đâu?

여기는 어디예요?

Đây là đâu?

2

더이 라 반 펌
Đây là văn phòng.

여기는 사무실이에요.

Đây là văn phòng.

3

건 더이 꺼 베잉 비엔 콤
Gần đây có bệnh viện không?

이 근처에 병원이 있나요?

Gần đây có bệnh viện không?

4

건 더이 꺼 베잉 비엔

Gần đây có bệnh viện.

이 근처에 병원이 있어요.

Gần đây có bệnh viện.

5

응으어이 나이 라 아이

Người này là ai?

이 사람은 누구예요?

Người này là ai?

6

응으어이 나이 라 반 짜이 꾸어 앰

Người này là bạn trai của em.

이 사람은 제 남자친구예요.

Người này là bạn trai của em.

7

더이 라 아이

Đấy là ai?

저분은 누구예요?

Đấy là ai?

8

더이 라 반 가이 꾸어 아잉

Đấy là bạn gái của anh.

저분(사람)은 내 여자친구야.

Đấy là bạn gái của anh.

9

더이 라 아이

Đây là ai?

이분은 누구예요?

Đây là ai?

10

더이 라 쎕 꾸어 아잉

Đây là sếp của anh.

이분은 나의 상사야.

Đây là sếp của anh.

11

버이 더이 라 지

Vậy, đây là gì?

그럼, 이것은 뭐예요?

Vậy, đây là gì?

12

더이 라 미 껀 더이 라 퍼

Đây là mì còn đấy là phở.

이것은 라면이고, 저것은 쌀국수예요.

Đây là mì còn đấy là phở.

1

갑 룹 므어이 지어 쌍 내

Gặp lúc 10 giờ sáng nhé.

아침 10시에 만나요.

Gặp lúc 10 giờ sáng nhé.

2

마이 녀 덴 둠 지어 내

Mai nhớ đến đúng giờ nhé.

내일 꼭 시간 맞춰 오세요.

Mai nhớ đến đúng giờ nhé.

3

녀 딸 댄

Nhớ tắt đèn.

꼭 불을 끄세요.

Nhớ tắt đèn.

4

키 베 냐 녀 딷 댄

Khi về nhà, nhớ tắt đèn.

집에 갈 때, 꼭 불을 끄세요.

Khi về nhà, nhớ tắt đèn.

5

녀 딷 띠비

Nhớ tắt tivi.

꼭 텔레비전을 끄세요.

Nhớ tắt tivi.

6

키 응우 녀 딷 띠비

Khi ngủ, nhớ tắt tivi.

잘 때, 꼭 텔레비전을 끄세요.

Khi ngủ, nhớ tắt tivi.

7

녀　　덤　　끄어
Nhớ đóng cửa.

꼭 문을 닫으세요.

Nhớ đóng cửa.

8

키　베　냐　녀　덤　　끄어
Khi về nhà, nhớ đóng cửa.

집에 갈 때, 꼭 문을 닫으세요.

Khi về nhà, nhớ đóng cửa.

9

녀　험　띠엥　비엗
Nhớ học tiếng Việt.

베트남어를 꼭 공부하세요.

Nhớ học tiếng Việt.

10

녀 우옹 투옥

Nhớ uống thuốc.

꼭 약을 드세요.

Nhớ uống thuốc.

11

키 베 냐 파이 딷 댄

Khi về nhà, phải tắt đèn.

집에 갈 때, 꼭 불을 꺼야 해요.

Khi về nhà, phải tắt đèn.

12

뜨 버이 지어 녀 딷 댄

Từ bây giờ, nhớ tắt đèn.

지금부터 꼭 불을 끄세요.

Từ bây giờ, nhớ tắt đèn.

당위성과 필요 표현

1

쭘 밍 껀 파이 디 헙

Chúng mình cần phải đi học.

우리는 학교에 가야 해요.

Chúng mình cần phải đi học.

2

매 껀 파이 디 람

Mẹ cần phải đi làm.

엄마는 일하러 가야 해.

Mẹ cần phải đi làm.

3

앰 껀 파이 람 썸

Em cần phải làm xong.

저는 다 끝내야 해요.

Em cần phải làm xong.

4

보 껀 파이 덴 베잉 비엔
Bố cần phải đến bệnh viện.

아빠는 병원에 가야 해.

Bố cần phải đến bệnh viện.

5

앰 껀 파이 그이 까이 나이
Em cần phải gửi cái này.

저는 이것을 보내야 해요.

Em cần phải gửi cái này.

6

앰 껀 뚜 라잉
Em cần tủ lạnh.

저는 냉장고가 필요해요.

Em cần tủ lạnh.

7

앰   껀   못   찌에우
Em cần 1 triệu.

저는 백만 동이 필요해요.

Em cần 1 triệu.

8

앰   껀   파이   도이   못짬   도
Em cần phải đổi 100 đô.

저는 백 달러를 바꿔야 해요.

Em cần phải đổi 100 đô.

9

찌   껀   파이   도이   띠엔   도
Chị cần phải đổi tiền đô.

나는 달러를 바꿔야 해.

Chị cần phải đổi tiền đô.

10

찌 껀 파이 도이 바오 니에우

Chị cần phải đổi bao nhiêu?

누나(언니)는 얼마를 바꿔야 해요?

Chị cần phải đổi bao nhiêu?

11

찌 껀 파이 도이 므어이 응인 도

Chị cần phải đổi 10 nghìn đô.

나는 만 달러를 바꿔야 해.

Chị cần phải đổi 10 nghìn đô.

12

아잉 껀 띠엔 래

Anh cần tiền lẻ.

나는 잔돈이 필요해.

Anh cần tiền lẻ.

권유 표현

1

찌 응이 앰 넨 도이 띠엔 싸우
Chị nghĩ em nên đổi tiền sau.

내 생각에 너는 나중에 돈을 바꾸는 게 좋을 것 같아.

Chị nghĩ em nên đổi tiền sau.

2

앰 넨 디 썸
Em nên đi sớm.

너는 일찍 가는 게 좋겠어.

Em nên đi sớm.

3

앰 넨 베 냐
Em nên về nhà.

너는 집에 가는 게 좋겠어.

Em nên về nhà.

4

앰　넨　우옹　투옥
Em nên uống thuốc.

너는 약을 먹는 게 좋겠어.

Em nên uống thuốc.

5

앰　넨　응이　쭡
Em nên nghỉ chút.

너는 좀 쉬는 게 좋겠어.

Em nên nghỉ chút.

6

앰　넨　안　쭡
Em nên ăn chút.

너는 좀 먹는 게 좋겠어.

Em nên ăn chút.

7

앰 넨 응이 몯 응아이

Em nên nghỉ 1 ngày.

너는 하루 쉬는 게 좋겠어.

Em nên nghỉ 1 ngày.

8

앰 넨 덴 베잉 비엔

Em nên đến bệnh viện.

너는 병원에 가는 게 좋겠어.

Em nên đến bệnh viện.

9

앰 넨 헙 짬

Em nên học chăm.

너는 공부를 열심히 하는 게 좋겠어.

Em nên học chăm.

10

앰 넨 디 방 쌔 부읻

Em nên đi bằng xe buýt.

너는 버스를 타고 가는 게 좋겠어.

Em nên đi bằng xe buýt.

11

앰 넨 베 방 쌔 마이

Em nên về bằng xe máy.

너는 오토바이를 타고 돌아가는 게 좋겠어.

Em nên về bằng xe máy.

12

앰 넨 디 쯔억

Em nên đi trước.

너는 먼저 가는 게 좋겠어.

Em nên đi trước.

1

띠 지아 어 더이 젇 닫

Tỷ giá ở đây rất đắt.

여기는 환율이 너무 쎄요.

Tỷ giá ở đây rất đắt.

2

넨 파이 도이 어 응언 항

Nên phải đổi ở ngân hàng.

그래서 은행에서 바꿔야 해요.

Nên phải đổi ở ngân hàng.

3

쌔 앰 비 험

Xe em bị hỏng.

제 차가 고장이 났어요.

Xe em bị hỏng.

4

넨 파이 므언 쌔

Nên phải mướn xe.

그래서 차를 렌트해야 해요.

Nên phải mướn xe.

5

홈 나이 라 씽 녈 매

Hôm nay là sinh nhật mẹ.

오늘은 엄마의 생신이에요.

Hôm nay là sinh nhật mẹ.

6

넨 다 너우 먼 안

Nên đã nấu món ăn.

그래서 음식을 했어요.

Nên đã nấu món ăn.

7

홈　나이　꼬　덴　무온

Hôm nay cô đến muộn.

오늘 선생님이 늦게 오셨어요.

Hôm nay cô đến muộn.

8

넨　밧　더우　무온

Nên bắt đầu muộn.

그래서 늦게 시작했어요.

Nên bắt đầu muộn.

9

버이　지어　쌔　앰　비　헝

Bây giờ, xe em bị hỏng.

지금, 제 차가 고장이 났어요.

Bây giờ, xe em bị hỏng.

10

넨 버이 지어 앰 콤 디 드억

Nên bây giờ em không đi được.

그래서 지금은 갈 수가 없어요.

Nên bây giờ em không đi được.

11

버이 지어 꺼 깯 쌔

Bây giờ có kẹt xe.

지금은 교통체증이 있어요.

Bây giờ có kẹt xe.

12

넨 앰 꿈 콤 비엗

Nên em cũng không biết.

그래서 저도 모르겠어요.

Nên em cũng không biết.

행동 묘사 표현

1

람 지 마 덴 버이 지어

Làm gì mà đến bây giờ?

무엇을 하는데 지금 오시나요?

Làm gì mà đến bây giờ?

2

람 지 마 부이

Làm gì mà vui?

무엇을 하는데 재미있어요?

Làm gì mà vui?

3

람 지 마 멛

Làm gì mà mệt?

무엇을 하는데 피곤해요?

Làm gì mà mệt?

4

디 더우 마 부이
Đi đâu mà vui?

어디 가는 데 즐거워요?

Đi đâu mà vui?

5

디 더우 마 멛
Đi đâu mà mệt?

어디 가는 데 피곤해요?

Đi đâu mà mệt?

6

갑 아이 마 부이
Gặp ai mà vui?

누구를 만나는 데 즐거워요?

Gặp ai mà vui?

7

갑 아이 마 멛

Gặp ai mà mệt?

누구를 만나는 데 피곤해요?

Gặp ai mà mệt?

8

안 지 마 응언

Ăn gì mà ngon?

무엇을 먹는 데 맛있어요?

Ăn gì mà ngon?

9

안 지 마 너

Ăn gì mà no?

무엇을 먹는 데 배불러요?

Ăn gì mà no?

10

람 지 마 응우 무온

Làm gì mà ngủ muộn?

무엇을 하는 데 늦게 자요?

Làm gì mà ngủ muộn?

11

헙 지 마 너이 라 커

Học gì mà nói là khó?

무엇을 공부하는 데 어렵다고 말해요?

Học gì mà nói là khó?

12

람 지 마 너이 라 제

Làm gì mà nói là dễ?

무엇을 하는 데 쉽다고 해요?

Làm gì mà nói là dễ?

Bài 08

관계대명사 표현

1

쭈이엔 바이 마 밍 디 쯔어 떠이
Chuyến bay mà mình đi chưa tới.

제가 타는 비행편이 아직 안 왔어요.

Chuyến bay mà mình đi chưa tới.

2

싸익 마 앰 무어 젇 하이
Sách mà em mua rất hay.

네가 산 책이 매우 재미있어.

Sách mà em mua rất hay.

3

마우 마 앰 쩐 젇 헙
Màu mà em chọn rất hợp.

네가 고른 색깔이 매우 어울려.

Màu mà em chọn rất hợp.

4

꾸아　마　앰　땅　젇　댑

Quà mà em tặng rất đẹp.

네가 준 선물이 매우 예뻐.

Quà mà em tặng rất đẹp.

5

응으어이　마　앰　갑　홈　꾸아　라　민지

Người mà em gặp hôm qua là Minji.

제가 어제 만난 사람은 민지예요.

Người mà em gặp hôm qua là Minji.

6

먼　안　마　앰　너우　젇　응언

Món ăn mà em nấu rất ngon.

네가 한 음식이 매우 맛있어.

Món ăn mà em nấu rất ngon.

7

아잉 다 그이 트 마 앰 비엔

Anh đã gửi thư mà em viết.

나는 네가 쓴 편지를 보냈어.

Anh đã gửi thư mà em viết.

8

바잉 마 앰 쩌 무어 어 더우

Bánh mà em cho, mua ở đâu?

네가 준 빵, 어디에서 샀어?

Bánh mà em cho, mua ở đâu?

9

앰 무온 덥 바오 마 아잉 당 덥

Em muốn đọc báo mà anh đang đọc.

저는 형(오빠)가 읽고 있는 신문을 읽고 싶어요.

Em muốn đọc báo mà anh đang đọc.

10

핌 마 쭘 따 쌤 라 핌 지

Phim mà chúng ta xem là phim gì?

우리가 볼 영화, 무슨 영화예요?

Phim mà chúng ta xem là phim gì?

11

찌 쯔어 우옹 투옥 마 앰 쩌

Chị chưa uống thuốc mà em cho.

네가 준 약을 나는 아직 안 먹었어.

Chị chưa uống thuốc mà em cho.

12

아오 마 밍 무어 젇 댑

Áo mà mình mua rất đẹp.

내가 산 옷이 매우 예뻐.

Áo mà mình mua rất đẹp.

강한 부정 표현

1

콤　꺼　더우

Không có đâu.

없어요.

Không có đâu.

2

콤　싸　더우　멀　코앙　므어이람　푿

Không xa đâu, mất khoảng 15 phút.

안 멀어요, 대략 15분이 걸려요.

Không xa đâu, mất khoảng 15 phút.

3

콤　반　더우

Không bán đâu.

안 팔아요.

Không bán đâu.

4

콤　　반　　호아　　더우

Không bán hoa đâu.

꽃을 안 팔아요.

Không bán hoa đâu.

5

콤　　　무어　　더우

Không mua đâu.

안 사요.

Không mua đâu.

6

콤　　　무어　　싸익　　더우

Không mua sách đâu.

책을 안 사요.

Không mua sách đâu.

7

콤 런 더우

Không lớn đâu.

안 커요.

Không lớn đâu.

8

띠비 콤 런 더우

Tivi không lớn đâu.

텔레비전이 안 커요.

Tivi không lớn đâu.

9

콤 녀 더우

Không nhỏ đâu.

안 작아요.

Không nhỏ đâu.

10

뚜 라잉 콤 녀 더우

Tủ lạnh không nhỏ đâu.

냉장고가 안 작아요.

Tủ lạnh không nhỏ đâu.

11

콤 멛 더우

Không mệt đâu.

안 피곤해요.

Không mệt đâu.

12

콤 파이 더우

Không phải đâu.

아니에요.

Không phải đâu.

'유일'의 표현

1

앰 찌 꺼 까이 나이 토이
Em chỉ có cái này thôi.

저는 이것 밖에 없어요.

Em chỉ có cái này thôi.

2

앰 찌 꺼 떠 몯응인 토이
Em chỉ có tờ 1.000 thôi.

저는 천 원짜리 밖에 없어요.

Em chỉ có tờ 1.000 thôi.

3

앰 찌 안 바 응우 토이
Em chỉ ăn và ngủ thôi.

저는 자고 먹기만 해요.

Em chỉ ăn và ngủ thôi.

4

앰 찌 틱 까이 나이

Em chỉ thích cái này.

저는 이것만 좋아해요.

Em chỉ thích cái này.

5

앰 찌 꺼 몯 배

Em chỉ có 1 vé.

저는 표가 하나 밖에 없어요.

Em chỉ có 1 vé.

6

앰 찌 껀 몯 배

Em chỉ còn 1 vé.

저는 표가 하나 밖에 안 남았어요.

Em chỉ còn 1 vé.

7

앰 찌 우옹 몯 리

Em chỉ uống 1 ly.

저는 한 잔밖에 안 마셨어요.

Em chỉ uống 1 ly.

8

앰 찌 콤 안 까

Em chỉ không ăn cá.

저는 생선만 안 먹어요.

Em chỉ không ăn cá.

9

앰 찌 무온 베 냐

Em chỉ muốn về nhà.

저는 집에만 가고 싶어요.

Em chỉ muốn về nhà.

10

앰   찌   무온   응우

Em chỉ muốn ngủ.

저는 잠만 자고 싶어요.

Em chỉ muốn ngủ.

11

앰   무어   까이   나이   토이

Em mua cái này thôi.

저는 이것만 살게요.

Em mua cái này thôi.

12

앰   찌   틱   매오   토이

Em chỉ thích mèo thôi.

저는 고양이만 좋아해요.

Em chỉ thích mèo thôi.

'함께'의 표현

1

쭘 앰 꿈 베 냐
Chúng em cùng về nhà.

저희는 집에 같이 갈 거예요.

Chúng em cùng về nhà.

2

쭘 앰 쌔 꿈 헙
Chúng em sẽ cùng học.

저희는 같이 공부할 거예요.

Chúng em sẽ cùng học.

3

쭘 따 꿈 안 내
Chúng ta cùng ăn nhé.

우리 같이 먹자.

Chúng ta cùng ăn nhé.

4

쭘 따 꿈 헙 내

Chúng ta cùng học nhé.

우리 같이 공부하자.

Chúng ta cùng học nhé.

5

쭘 따 꿈 디 쩌이 내

Chúng ta cùng đi chơi nhé.

우리 같이 놀러 가자.

Chúng ta cùng đi chơi nhé.

6

쭘 따 꿈 쌤 핌 내

Chúng ta cùng xem phim nhé.

우리 같이 영화 보자.

Chúng ta cùng xem phim nhé.

7

하이 아잉 쌔 꿈 디

Hai anh sẽ cùng đi.

형(오빠) 둘이서 같이 갈게.

Hai anh sẽ cùng đi.

8

하이 아잉 쌔 꿈 람

Hai anh sẽ cùng làm.

형(오빠) 둘이서 같이 할게.

Hai anh sẽ cùng làm.

9

하이 아잉 쌔 꿈 쓰 줌

Hai anh sẽ cùng sử dụng.

형(오빠) 둘이서 같이 사용할게.

Hai anh sẽ cùng sử dụng.

10

하이 아잉 쌔 꿈 느엉

Hai anh sẽ cùng nướng.

형(오빠) 둘이서 같이 구울게.

Hai anh sẽ cùng nướng.

11

하이 찌 쌔 꿈 헙

Hai chị sẽ cùng học.

누나(언니) 둘이서 같이 공부할 거야.

Hai chị sẽ cùng học.

12

하이 아잉 쌔 꿈 더이

Hai anh sẽ cùng đợi.

형(오빠) 둘이서 같이 기다릴게.

Hai anh sẽ cùng đợi.

요청 표현 ①

1

벙　앰　더이　쭏　내
Vâng, em đợi chút nhé.

네, 조금만 기다려 주세요.

Vâng, em đợi chút nhé.

2

쩌　찌　몯　꾸이엔　싸익
Cho chị 1 quyển sách.

나에게 책을 한 권 줘.

Cho chị 1 quyển sách.

3

쩌　앰　몯　까이　붇
Cho em 1 cái bút.

저에게 펜을 한 개 주세요.

Cho em 1 cái bút.

4

쩌 앰 몯 까이 리

Cho em 1 cái ly.

저에게 잔을 한 개 주세요.

Cho em 1 cái ly.

5

쩌 앰 몯 껀 가

Cho em 1 con gà.

저에게 닭을 한 마리 주세요.

Cho em 1 con gà.

6

쩌 앰 몯 껀 까

Cho em 1 con cá.

저에게 생선을 한 마리 주세요.

Cho em 1 con cá.

7

쩌 앰 몯 도이 두어

Cho em 1 đôi đũa.

저에게 젓가락을 한 매 주세요.

Cho em 1 đôi đũa.

8

쩌 앰 몯 도이 지아이

Cho em 1 đôi giày.

저에게 신발을 한 켤레 주세요.

Cho em 1 đôi giày.

9

쩌 앰 퍼

Cho em phở.

저에게 쌀국수를 주세요.

Cho em phở.

10

쩌 앰 몯 배

Cho em 1 vé.

저에게 표를 한 장 주세요.

Cho em 1 vé.

11

쩌 앰 몯 껀 까

Cho em 1 con cá.

저에게 생선을 한 마리 주세요.

Cho em 1 con cá.

12

쩌 앰 까이 아오 나이

Cho em cái áo này.

저에게 이 옷을 주세요.

Cho em cái áo này.

요청 표현 ②

1

템 느억 느어

Thêm nước nữa.

물을 더 주세요.

Thêm nước nữa.

2

템 칸 느어

Thêm khăn nữa.

수건을 더 주세요.

Thêm khăn nữa.

3

템 몯 까이 칸 느어

Thêm 1 cái khăn nữa.

수건을 한 개 더 주세요.

Thêm 1 cái khăn nữa.

4

템 고이 느어
Thêm gối nũa.

베개를 더 주세요.

Thêm gối nũa.

5

쩌 템 몯 까이 리 느어
Cho thêm 1 cái ly nũa.

잔을 한 개 더 주세요.

Cho thêm 1 cái ly nũa.

6

쩌 템 몯 까이 게 느어
Cho thêm 1 cái ghế nũa.

의자를 한 개 더 주세요.

Cho thêm 1 cái ghế nũa.

7

쩌 템 몯 껀 꾸어 느어
Cho thêm 1 con cua nữa.

게를 한 마리 더 주세요.

Cho thêm 1 con cua nữa.

8

쩌 템 몯 껀 까 느어
Cho thêm 1 con cá nữa.

생선을 한 마리 더 주세요.

Cho thêm 1 con cá nữa.

9

무어 템 몯 껀 가 느어
Mua thêm 1 con gà nữa.

닭을 한 마리 더 사요.

Mua thêm 1 con gà nữa.

10

Mua thêm 1 đôi đũa nữa.

젓가락을 한 매 더 사요.

Mua thêm 1 đôi đũa nữa.

11

Đặt thêm 1 cái phòng nữa.

방을 한 개 더 예약해요.

Đặt thêm 1 cái phòng nữa.

12

Đặt thêm 1 cái vé nữa.

표를 한 개 더 예약해요.

Đặt thêm 1 cái vé nữa.

추가 표현

1

거이 템 느어 디

Gọi thêm nữa đi.

더 시켜요.

Gọi thêm nữa đi.

2

응우 템 몯 띠엥 느어 디

Ngủ thêm 1 tiếng nữa đi.

한 시간을 더 자요.

Ngủ thêm 1 tiếng nữa đi.

3

앰 안 템 느어 내

Em ăn thêm nữa nhé.

너는 더 먹어.

Em ăn thêm nữa nhé.

4

아잉　쌔　거이　템　느어　쩌　앰

Anh sẽ gọi thêm nữa cho em.

너를 위해 내가 더 시킬게.

Anh sẽ gọi thêm nữa cho em.

5

앰　우옹　템　디

Em uống thêm đi.

너는 더 마셔.

Em uống thêm đi.

6

안　템　몯　쑤얻　바잉　가오　까이　느어

Ăn thêm 1 suất bánh gạo cay nữa.

떡볶이를 1인분 더 먹어요.

Ăn thêm 1 suất bánh gạo cay nữa.

7

앰 허이 템 몯 꺼우 허이 느어 드억 콤

Em hỏi thêm 1 câu hỏi nữa được không?

제가 질문을 하나 더 해도 되나요?

Em hỏi thêm 1 câu hỏi nữa được không?

8

앰 무어 템 따오 느어 디

Em mua thêm táo nữa đi.

너는 사과를 더 사.

Em mua thêm táo nữa đi.

9

헙 템 띠엥 비엩 느어

Học thêm tiếng Việt nữa.

베트남어를 더 공부해요.

Học thêm tiếng Việt nữa.

10

홈　나이　앰　꿈　람　템　느어

Hôm nay em cũng làm thêm nữa.

오늘도 저는 일을 더 해요.

Hôm nay em cũng làm thêm nữa.

11

쩌　템　느억　줌　느어

Cho thêm nước dùng nữa.

육수를 더 주세요.

Cho thêm nước dùng nữa.

12

쌤　템　쭏　느어

Xem thêm chút nữa.

좀 더 봐요.

Xem thêm chút nữa.

가정법 표현

1

네우 멭 티 베 냐 디

Nếu mệt thì về nhà đi.

피곤하면 집에 가요.

Nếu mệt thì về nhà đi.

2

네우 멭 티 응우 디

Nếu mệt thì ngủ đi.

피곤하면 자요.

Nếu mệt thì ngủ đi.

3

네우 더이 티 안 껌 디

Nếu đói thì ăn cơm đi.

배고프면 밥을 먹어요.

Nếu đói thì ăn cơm đi.

4

네우 칻 느억 티 우옹 느억 디
Nếu khát nước thì uống nước đi.

목마르면 물을 마셔요.

Nếu khát nước thì uống nước đi.

5

네우 앰 콤 안 티 아잉 쌔 안
Nếu em không ăn thì anh sẽ ăn.

만약 네가 안 먹으면 내가 먹을게.

Nếu em không ăn thì anh sẽ ăn.

6

네우 앰 콤 자 티 아잉 디 쯔억
Nếu em không ra thì anh đi trước.

만약 네가 안 나오면 내가 먼저 갈게.

Nếu em không ra thì anh đi trước.

7

네우 앰 콤 바오 티 아잉 바오 쯔억

Nếu em không vào thì anh vào trước.

만약 네가 안 들어가면 내가 먼저 들어갈게.

Nếu em không vào thì anh vào trước.

8

네우 앰 라잉 티 딷 마이 라잉 디

Nếu em lạnh thì tắt máy lạnh đi.

만약 네가 추우면 에어컨을 꺼.

Nếu em lạnh thì tắt máy lạnh đi.

9

네우 앰 허이 티 찌 짜 러이

Nếu em hỏi thì chị trả lời.

만약 네가 묻는다면 내가 대답할게.

Nếu em hỏi thì chị trả lời.

10

네우 앰 쌤 티 아잉 닫 하이 배

Nếu em xem thì anh đặt 2 vé.

만약 네가 본다면 내가 표를 두 장 예매할게.

Nếu em xem thì anh đặt hai vé.

11

네우 앰 꺼 터이 지안 티 꿈 쌤 디

Nếu em có thời gian thì cùng xem đi.

만약 네가 시간이 있으면 같이 보자.

Nếu có thời gian thì cùng xem đi.

12

네우 앰 껀 티 무어 디

Nếu em cần thì mua đi.

만약 네가 필요하면 사.

Nếu em cần thì mua đi.

긍정 표현

1

까이 나오 꿈 똗
Cái nào cũng tốt.

어느 것이든 다 좋아요.

Cái nào cũng tốt.

2

까이 나오 꿈 드억
Cái nào cũng được.

어느 것이든 다 가능해요.

Cái nào cũng được.

3

까이 나오 꿈 응언
Cái nào cũng ngon.

어느 것이든 다 맛있어요.

Cái nào cũng ngon.

4

먼 나오 꿈 응언

Món nào cũng ngon.

어느 음식이든 다 맛있어요.

Món nào cũng ngon.

5

디 더우 꿈 드억

Đi đâu cũng được.

어디를 가든 다 괜찮아요.

Đi đâu cũng được.

6

람 지 꿈 드억

Làm gì cũng được.

무엇을 하든 다 괜찮아요.

Làm gì cũng được.

7

응아이　나오　꿈　무온

Ngày nào cũng muộn.

매일 늦어요.

Ngày nào cũng muộn.

8

응아이　나오　꿈　쩌이

Ngày nào cũng chơi.

매일 놀아요.

Ngày nào cũng chơi.

9

펌　나오　꿈　좀

Phòng nào cũng rộng.

어느 방이든 넓어요.

Phòng nào cũng rộng.

10

쌍　나오　앰　어이　꿈　안　퍼
Sáng nào em ấy cũng ăn phở.

매일 아침 그 동생은 쌀국수를 먹어요.

Sáng nào em ấy cũng ăn phở.

11

응으어이　나오　꿈　헙　짬
Người nào cũng học chăm.

모든 사람이 열심히 공부해요.

Người nào cũng học chăm.

12

쌤　핌　나오　꿈　드억
Xem phim nào cũng được.

어떤 영화를 보든 다 괜찮아요.

Xem phim nào cũng được.

종별사 표현

1

쩌 앰 몯 짜이 느억

Cho em 1 chai nước.

저에게 물을 한 병 주세요.

Cho em 1 chai nước.

2

쩌 앰 하이 또 퍼 망 베

Cho em 2 tô phở mang về.

저에게 쌀국수 두 그릇을 포장해 주세요.

Cho em 2 tô phở mang về.

3

거이 몯 디어 냄 느엉 냬

Gọi 1 đĩa nem nướng nhé.

냄느엉(베트남식 떡갈비 구이) 한 접시 주문할게요.

Gọi 1 đĩa nem nướng nhé.

4

쩌 앰 템 몯 쑤얻 바잉 가오 까이

Cho em thêm 1 suất bánh gạo cay.

저에게 떡볶이 1인분을 더 주세요.

Cho em thêm 1 suất bánh gạo cay.

5

쩌 앰 몯 리 비어

Cho em 1 ly bia.

저에게 맥주 한 잔을 주세요.

Cho em 1 ly bia.

6

쩌 앰 몯 짜이 느억 맘

Cho em 1 chai nước mắm.

저에게 느억맘(베트남 피시 소스) 한 병을 주세요.

Cho em 1 chai nước mắm.

7

쩌 앰 몯 또 미
Cho em 1 tô mì.

저에게 라면을 한 그릇 주세요.

Cho em 1 tô mì.

8

쩌 앰 하이 쑤얻 틷 바 찌
Cho em 2 suất thịt ba chỉ.

저에게 삼겹살을 2인분 주세요.

Cho em 2 suất thịt ba chỉ.

9

쩌 앰 몯 꾸아 따오
Cho em 1 quả táo.

저에게 사과를 한 개 주세요.

Cho em 1 quả táo.

10

쩌   앰 몯 런   느억   깜

Cho em 1 lon nước cam.

저에게 오렌지 주스를 한 캔 주세요.

Cho em 1 lon nước cam.

11

쩌   앰 몯 까이 티어

Cho em 1 cái thìa.

저에게 숟가락을 한 개 주세요.

Cho em 1 cái thìa.

12

쩌   앰 몯 꾸이엔   싸익

Cho em 1 quyển sách.

저에게 책을 한 권 주세요.

Cho em 1 quyển sách.

테이크아웃 표현

1

앰 안 어 더이 하이 망 베

Em ăn ở đây hay mang về?

너는 여기에서 먹을 거야? 아니면 테이크아웃 할 거야?

Em ăn ở đây hay mang về?

2

앰 무온 망 베

Em muốn mang về.

저는 테이크아웃하고 싶어요.

Em muốn mang về.

3

바잉 쌔오 나이 앰 무온 망 베

Bánh xèo này, em muốn mang về.

저는 이 바잉쌔오(베트남식 부침개)를 테이크아웃하고 싶어요.

Bánh xèo này, em muốn mang về.

4

냄   느엉   나이   앰   무온   망   베

Nem nướng này, em muốn mang về.

저는 이 냄느엉(베트남식 떡갈비 구이)을 테이크아웃하고 싶어요.

Nem nướng này, em muốn mang về.

5

거이   지엥   느억   퍼   쩌   앰

Gói riêng nước phở cho em.

쌀국수 육수를 따로 포장해 주세요.

Gói riêng nước phở cho em.

6

등   버   자우   텀   쩌   앰

Đừng bỏ rau thơm cho em.

고수를 넣지 마세요.

Đừng bỏ rau thơm cho em.

7

깜 옴 훗 쩌 앰
Cắm ống hút cho em.

빨대를 꽂아서 주세요.

Cắm ống hút cho em.

8

거이 펀 트어 라이 쩌 앰
Gói phần thừa lại cho em.

남은 음식을 포장해 주세요.

Gói phần thừa lại cho em.

9

쩌 앰 몯 뚜이 범
Cho em 1 túi bóng.

비닐봉지를 하나 주세요.

Cho em 1 túi bóng.

10

거이 껀 턴 쩌 앰

Gói cẩn thận cho em.

포장을 잘 해 주세요.

Gói cẩn thận cho em.

11

앰 콤 안 뜨엉 얻

Em không ăn tương ớt.

저는 칠리소스를 안 먹어요.

Em không ăn tương ớt.

12

버 템 느억 맘 쩌 앰

Bỏ thêm nước mắm cho em.

느억맘(베트남식 피시 소스)을 더 넣어주세요.

Bỏ thêm nước mắm cho em.

부탁 표현

1

라우   냐   지웁   찌   드억   콤

Lau nhà giúp chị, được không?

나를 위해서(도와서) 집을 닦아 줄 수 있나요?

Lau nhà giúp chị, được không?

2

쓰어   까이   나이   지웁   찌   드억   콤

Sửa cái này giúp chị, được không?

나를 위해서(도와서) 이것을 고쳐 줄 수 있나요?

Sửa cái này giúp chị, được không?

3

거이   몯   까이   칸   지웁   찌   드억   콤

Gọi 1 cái khăn giúp chị, được không?

나를 위해서(도와서) 수건을 한 개 시켜 줄 수 있나요?

Gọi 1 cái khăn giúp chị, được không?

4

거이 몯 리 느억 지웁 찌 드억 콤

Gọi 1 ly nước giúp chị, được không?

나를 위해서(도와서) 물을 한 잔 시켜 줄 수 있나요?

Gọi 1 ly nước giúp chị, được không?

5

딷 댄 지웁 찌 드억 콤

Tắt đèn giúp chị, được không?

나를 위해서(도와서) 불을 좀 꺼 줄 수 있나요?

Tắt đèn giúp chị, được không?

6

딷 띠비 지웁 찌 드억 콤

Tắt tivi giúp chị, được không?

나를 위해서(도와서) 텔레비전을 꺼 줄 수 있나요?

Tắt tivi giúp chị, được không?

7

덤　　끄어　　지웁　　찌　　드억　　　콤

Đóng cửa giúp chị, được không?

나를 위해서(도와서) 문을 좀 닫아 줄 수 있나요?

Đóng cửa giúp chị, được không?

8

망　　하잉　리　지웁　　찌　　드억　　　콤

Mang hành lý giúp chị, được không?

나를 위해서(도와서) 짐을 좀 가져가 줄 수 있나요?

Mang hành lý giúp chị, được không?

9

무어　　싸익　　지웁　　찌　　드억　　　콤

Mua sách giúp chị, được không?

나를 위해서(도와서) 책을 사다 줄 수 있나요?

Mua sách giúp chị, được không?

10

라우　펌　지웁　매　드억　콤

Lau phòng giúp mẹ, được không?

엄마를 위해서(도와서) 방을 좀 닦아 주겠니?

Lau phòng giúp mẹ, được không?

11

머　끄어　지웁　아잉　드억　콤

Mở cửa giúp anh, được không?

나를 위해서(도와서) 문을 열어 줄 수 있나요?

Mở cửa giúp anh, được không?

12

지웁　매　몯　쭏　냬

Giúp mẹ một chút nhé.

엄마를 조금만 도와줘.

Giúp mẹ một chút nhé.

부정적 수동태 표현

1

까이 나이 비 험

Cái này bị hỏng.

이것은 고장이 났어요.

Cái này bị hỏng.

2

앰 비 깜

Em bị cảm.

저는 감기에 걸렸어요.

Em bị cảm.

3

응아이 나오 꿈 비 멛

Ngày nào cũng bị mệt.

매일 피곤해(져)요.

Ngày nào cũng bị mệt.

4

앰 비 더이 붐

Em bị đầy bụng.

저는 소화가 안 돼요.

Em bị đầy bụng.

5

힝 니으 아잉 어이 비 옴

Hình như anh ấy bị ốm.

그 형(오빠)은 몸살이 났던 것 같던데요.

Hình như anh ấy bị ốm.

6

따이 싸오 아잉 어이 비 옴

Tại sao anh ấy bị ốm?

그 형(오빠)은 왜 몸살이 났어요?

Tại sao anh ấy bị ốm?

7

아잉 비 다우 더우

Anh bị đau đầu.

나는 머리가 아파.

Anh bị đau đầu.

8

따이 싸오 아잉 비 다우 더우

Tại sao anh bị đau đầu?

형(오빠)은 왜 머리가 아파요?

Tại sao anh bị đau đầu?

9

앰 비 부온 논

Em bị buồn nôn.

저는 속이 안 좋아요.

Em bị buồn nôn.

10

매 어이 뚜 라잉 비 험 아
Mẹ ơi, tủ lạnh bị hỏng à?

엄마, 냉장고가 고장 난 거예요?

Mẹ ơi, tủ lạnh bị hỏng à?

11

으 비 험 뜨 홈 꾸아
Ừ, bị hỏng từ hôm qua.

응, 어제부터 고장이 났어.

Ừ, bị hỏng từ hôm qua.

12

앰 비 쯥 힝
Em bị chụp hình.

저는 사진이 찍혔어요.

Em bị chụp hình.

긍정적 수동태 표현

1

앰 드억 똣 응이엡
Em được tốt nghiệp.

저는 졸업했어요(하게 되었어요).

Em được tốt nghiệp.

2

젇 부이 드억 갑 꼬
Rất vui được gặp cô.

선생님을 만나게 되어서 반갑습니다.

Rất vui được gặp cô.

3

럽 헙 쌉 드억 받 더우
Lớp học sắp được bắt đầu.

수업이 곧 시작돼요.

Lớp học sắp được bắt đầu.

4

홈   나이   앰   드억   응이

Hôm nay em được nghỉ.

저는 오늘 쉬어요(쉬게 되었어요).

Hôm nay em được nghỉ.

5

앰   드억   땅   까이   나이

Em được tặng cái này.

저는 이것을 선물 받았어요.

Em được tặng cái này.

6

앰   드억   꼬   캔

Em được cô khen.

저는 선생님께 칭찬 받았어요.

Em được cô khen.

7

앰 드억 팹 꾸어 매 조이
Em được phép của mẹ rồi.

저는 엄마께 허락을 받았어요.

Em được phép của mẹ rồi.

8

앰 드억 디 쩌이
Em được đi chơi.

저는 놀러를 가게 되었어요.

Em được đi chơi.

9

앰 드억 으우 다이 띠 지아
Em được ưu đãi tỷ giá.

저는 환율을 우대 받았어요.

Em được ưu đãi tỷ giá.

10

앰　　드억　으우　다이　바오　니에우

Em được ưu đãi bao nhiêu?

저는 얼마나 우대를 받을 수 있나요?

Em được ưu đãi bao nhiêu?

11

년　　비엔　　꼼　띠　드억　　지암

Nhân viên công ty được giảm.

회사 직원은 할인이 돼요.

Nhân viên công ty được giảm.

12

아잉　　드억　디　주　릭

Anh được đi du lịch.

나는 여행을 가게 되었어.

Anh được đi du lịch.

청하는 표현

1

머이 찌 안 껌

Mời chị ăn cơm.

누나(언니) 식사하세요.

Mời chị ăn cơm.

2

머이 아잉 응오이

Mời anh ngồi.

형(오빠) 앉으세요.

Mời anh ngồi.

3

머이 아잉 안

Mời anh ăn.

형(오빠) 드세요.

Mời anh ăn.

4

머이   옴   바오

Mời ông vào.

할아버지 들어오세요.

Mời ông vào.

5

머이   옴   우옹   짜

Mời ông uống trà.

할아버지 차 드세요.

Mời ông uống trà.

6

머이   옴   줌

Mời ông dùng.

할아버지 드세요.

Mời ông dùng.

7

머이 아잉 찌 렌 쌔

Mời anh chị lên xe.

여러분 차에 타세요.

Mời anh chị lên xe.

8

머이 아잉 찌 쑤옹 쌔

Mời anh chị xuống xe.

여러분 차에서 내리세요.

Mời anh chị xuống xe.

9

머이 머이 응으어이 바오 쩜

Mời mọi người vào trong.

(모든 사람) 여러분 안으로 들어오세요.

Mời mọi người vào trong.

10

머이 머이 응으어이 우옹 까 페

Mời mọi người uống cà phê.

(모든 사람) 여러분 커피 드세요.

Mời mọi người uống cà phê.

11

머이 찌 바오 냐

Mời chị vào nhà.

누나(언니) 집으로 들어오세요.

Mời chị vào nhà.

12

머이 찌 디 쯔억

Mời chị đi trước.

누나(언니) 먼저 가세요.

Mời chị đi trước.

1

갑 쯔억 카익 싼 내

Gặp trước khách sạn nhé.

호텔 앞에서 만나요.

Gặp trước khách sạn nhé.

2

앰 데 쩜 뚜 라잉

Em để trong tủ lạnh.

저는 냉장고 안에 뒀어요.

Em để trong tủ lạnh.

3

찌 법 피어 쩬 드억 콤

Chị bóp phía trên, được không?

누나(언니), 위쪽을 눌러 주실 수 있으세요?

Chị bóp phía trên, được không?

4

앰 갑 민지 쩬 드엉
Em gặp Minji trên đường.

저는 길(위)에서 민지를 만났어요.

Em gặp Minji trên đường.

5

꼼 비엔 어 피어 싸우 냐
Công viên ở phía sau nhà.

공원은 집 뒤에 있어요.

Công viên ở phía sau nhà.

6

지으어 까이 나이 바 까이 끼어 찌 틱 까이 나오
Giữa cái này và cái kia, chị thích cái nào?

이것과 저것 가운데, 누나(언니)는 어떤 것이 좋아요?

Giữa cái này và cái kia, chị thích cái nào?

7

지으어 한 꾸옥 바 비엗 남 찌 무온 쏨 어 더우

Giữa Hàn Quốc và Việt Nam, chị muốn sống ở đâu?

한국과 베트남 가운데, 누나(언니)는 어디에 살고 싶어요?

Giữa Hàn Quốc và Việt Nam, chị muốn sống ở đâu?

8

뚜언 나이 앰 쑤옹 즈어이 꾸에

Tuần này, em xuống dưới quê.

이번 주에, 저는 고향에 내려가요.

Tuần này, em xuống dưới quê.

9

지어이 어 쩜 응안 깨오

Giấy ở trong ngăn kéo.

종이는 서랍 안에 있어요.

Giấy ở trong ngăn kéo.

10

붇 어 쩬 반
Bút ở trên bàn.

펜은 테이블 위에 있어요.

Bút ở trên bàn.

11

싸익 앰 찌 데 쩬 게
Sách em chị để trên ghế.

네 책은 내가 의자 위에 두었어.

Sách em chị để trên ghế.

12

싸익 어 즈어이 반
Sách ở dưới bàn.

책은 테이블 아래에 있어요.

Sách ở dưới bàn.

길 묻고 답하는 표현

1

바익 쌍 드엉 어 더우

Vạch sang đường ở đâu?

횡단보도는 어디에 있어요?

Vạch sang đường ở đâu?

2

디 탕 드엉 끼어

Đi thẳng đường kia.

저 길로 직진하세요.

Đi thẳng đường kia.

3

디 탕 덴 응아 뜨

Đi thẳng đến ngã tư.

사거리까지 직진하세요.

Đi thẳng đến ngã tư.

4

덴 응아 뜨 티 재 짜이

Đến ngã tư thì rẽ trái.

사거리에 도착하면 좌회전하세요.

Đến ngã tư thì rẽ trái.

5

덴 응아 뜨 트 하이 티 재 짜이

Đến ngã tư thứ hai thì rẽ trái.

두 번째 사거리에 도착하면 좌회전하세요.

Đến ngã tư thứ hai thì rẽ trái.

6

디 템 몯짬 맽 티 재 파이

Đi thêm 100 mét thì rẽ phải.

100미터(m) 더 가서 우회전하세요.

Đi thêm 100 mét thì rẽ phải.

7

디 템 하이쨤 맨 티 증 라이

Đi thêm 200 mét thì dừng lại.

200미터(m) 더 가서 멈춰주세요.

Đi thêm 200 mét thì dừng lại.

8

아잉 어이 꾸아이 라이

Anh ơi, quay lại.

저기요, 돌아가 주세요.

Anh ơi, quay lại.

9

아잉 어이 파이 디 드엉 끼어

Anh ơi, phải đi đường kia.

저기요, 저쪽 길로 가야 해요.

Anh ơi, phải đi đường kia.

10

아잉 어이 디 탕 몯 쭏
Anh ơi, đi thẳng một chút.

저기요, 조금만 직진해주세요.

Anh ơi, đi thẳng một chút.

11

덴 응아 뜨 티 아잉 재 파이
Đến ngã tư thì anh rẽ phải.

사거리에 도착하면 우회전해주세요.

Đến ngã tư thì anh rẽ phải.

12

디 템 몯 쭏 티 덴
Đi thêm một chút thì đến.

조금만 더 가면 도착해요.

Đi thêm một chút thì đến.

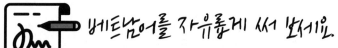
베트남어를 자유롭게 써 보세요.

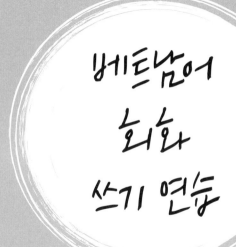

베트남어
회화
쓰기 연습

Bài 01

아 로 짜우 라 유리 반 꾸어 찌 짱
A: A lô, cháu là Yuri, bạn của chị Trang.

쩌 짜우 갑 찌 짱 아
Cho cháu gặp chị Trang ạ.

짜우 더이 쭏 내
B: Cháu đợi chút nhé!

- -

A: *A lô, cháu là Yuri, bạn của chị Trang.*

Cho cháu gặp chị Trang ạ.

B: *Cháu đợi chút nhé!*

● **한글 해석**

A: 여보세요, 저 유리예요. 짱 언니 친구예요.

짱 언니를 좀 바꿔주세요.

B: 조금만 기다리렴!

 정자체 **쓰기**

필기체 쓰기

베트남어 회화 연습

Bài 02

아 로   짱   더이 아이 더이
A: A lô, Trang đây. Ai đấy?

아   찌   짱   유리   더이
B: À, chị Trang. Yuri đây.

- -

A: *A lô, Trang đây. Ai đấy?*

B: *À, chị Trang. Yuri đây.*

● **한글 해석**

A: 여보세요, 짱이에요. 누구세요?

B: 아, 짱 언니. 나 유리야.

 **정자체 쓰기**

- -

필기체 쓰기

아 유리 어이 꺼 쭈이엔 지
A: À, Yuri ơi, có chuyện gì?

마이 쭘 밍 갑 어 썬 바이 룹 머이 지어
B: Mai chúng mình gặp ở sân bay lúc mấy giờ?

갑 룹 므어이지어 쌍 내
A: Gặp lúc 10 giờ sáng nhé!

으 마이 녀 덴 둠 지어 내
B: Ừ, mai nhớ đến đúng giờ nhé!

- -

A: À, Yuri ơi, có chuyện gì?

B: Mai chúng mình gặp ở sân bay lúc mấy giờ?

A: Gặp lúc 10 giờ sáng nhé!

B: Ừ, mai nhớ đến đúng giờ nhé!

● **한글 해석**

A: 아, 유리야, 무슨 일이 있어?

B: 내일 우리 공항에서 몇 시에 만나?

A: 아침 10시에 보자!

B: 응, 내일 꼭 시간 맞춰서 와!

Bài 04

유리 어이 더이 내
A: Yuri ơi, đây nè.

아 찌 어이 앰 껀 도이 띠엔
B: À, chị ơi, em cần đổi tiền.

따이 싸오 쭘 밍 디 다 낭 마
A: Tại sao? Chúng mình đi Đà Nẵng mà.

매 앰 쩌 띠엔 도
B: Mẹ em cho tiền đô.

- -

A: Yuri ơi, đây nè.

B: À, chị ơi, em cần đổi tiền.

A: Tại sao? Chúng mình đi Đà Nẵng mà.

B: Mẹ em cho tiền đô.

● **한글해석**

A: 유리야, 여기야.

B: 아, 언니, 나 환전해야 해.

A: 왜? 우리 다낭으로 가는 거잖아.

B: 우리 엄마가 달러를 줬어.

정자체 **쓰기**

필기체 **쓰기**

베트남어 회화 연습

Bài 05

음   유리 어이 찌 응이 앰 넨 도이 띠엔 싸우
A: Ừm, Yuri ơi, chị nghĩ em nên đổi tiền sau.

따이 싸오
B: Tại sao?

띠 지아 썬 바이 닫 람
A: Tỷ giá sân bay đắt lắm.

- -

A: Ừm, Yuri ơi, chị nghĩ em nên đổi tiền sau.

B: Tại sao?

A: Tỷ giá sân bay đắt lắm.

● **한글 해석**

A: 유리야, 내 생각에는 너는 나중에 돈을 바꾸는 게 좋을 것 같아.

B: 왜?

A: 공항 환율이 엄청 쎄(비싸).

★ 원어민의 녹음을 들으며, 정확하게 따라 써 보세요. T29

정자체 **쓰기**

- -

필기체 **쓰기**

Bài 06

아 앰 무온 무어 쌈 꾸아
A: À, em muốn mua sắm quá!

버이 앰 무어 디
B: Vậy, em mua đi!

앰 쯔어 도이 띠엔 넨 콤 꺼 띠엔
A: Em chưa đổi tiền nên không có tiền.

앰 껀 바오 니에우 찌 쌔 쩌 므언
B: Em cần bao nhiêu? Chị sẽ cho mượn.

- -

A: À, em muốn mua sắm quá!

B: Vậy, em mua đi!

A: Em chưa đổi tiền nên không có tiền.

B: Em cần bao nhiêu? Chị sẽ cho mượn.

●한글 해석

A: 아, 나 쇼핑이 너무 하고 싶어!

B: 그럼, 너는 사!

A: 나는 아직 환전을 못 해서 돈이 없어.

B: 너는 얼마가 필요해? 내가 빌려줄게.

★ 원어민의 녹음을 들으며, 정확하게 따라 써 보세요. T30

정자체 쓰기

- -

필기체 쓰기

베트남어 회화 연습 **119**

Bài 07

아잉 어이 앰 디 쭈이엔 바이 비엔몯몯하이
A: Anh ơi, em đi chuyến bay VN112.

마 렌 마이 바이 룹 머이 지어
Mà lên máy bay lúc mấy giờ?

앰 파이 더이 코앙 바드어이 풑
B: Em phải đợi khoảng 30 phút.

아 깜 언 아잉
A: À, cám ơn anh.

- -

A: Anh ơi, em đi chuyến bay VN112.

Mà lên máy bay lúc mấy giờ?

B: Em phải đợi khoảng 30 phút.

A: À, cám ơn anh.

● 한글해석

A: 저기요, 저는 VN112 비행기 편 타는데,

몇 시에 탑승을 하나요?

B: 30분 정도를 기다려야 해요.

A: 아, 감사합니다.

정자체 **쓰기**

필기체 **쓰기**

베트남어 회화 연습

Bài 08

찌 짱 어이 밍 파이 더이 바 므어이 풋
A: Chị Trang ơi, mình phải đợi 30 phút.

쭈이엔 바이 마 밍 디 쯔어 떠이
Chuyến bay mà mình đi chưa tới.

쩌이 어이 바 므어이 풋 하 짠 꾸아
B: Trời ơi, 30 phút hả? Chán quá.

A: Chị Trang ơi, mình phải đợi 30 phút.

Chuyến bay mà mình đi chưa tới.

B: Trời ơi, 30 phút hả? Chán quá.

● **한글 해석**

A: 짱 언니, 30분을 기다려야 해.

우리가 타는 비행편이 아직 안 왔대.

B: 아, 30분이라고? 짜증 나.

정자체 쓰기

- -

필기체 쓰기

베트남어 회화 연습

Bài 09

아잉 어이 쩌 앰 덴 카익 싼 하얏
A: Anh ơi, cho em đến khách sạn Hyatt.

뜨 더이 덴 카익 싼 꺼 싸 콤
Từ đây đến khách sạn có xa không?

콤 싸 더우 멀 코앙 므어이람 풋
B: Không xa đâu, mất khoảng 15 phút.

A: Anh ơi, cho em đến khách sạn Hyatt.

Từ đây đến khách sạn có xa không?

B: Không xa đâu, mất khoảng 15 phút.

● **한글 해석**

A: 저기요, 하얏트 호텔로 가주세요.

여기에서 호텔까지 멀어요?

B: 안 멀어요, 대략 15분이 걸려요.

정자체 **쓰기**

필기체 **쓰기**

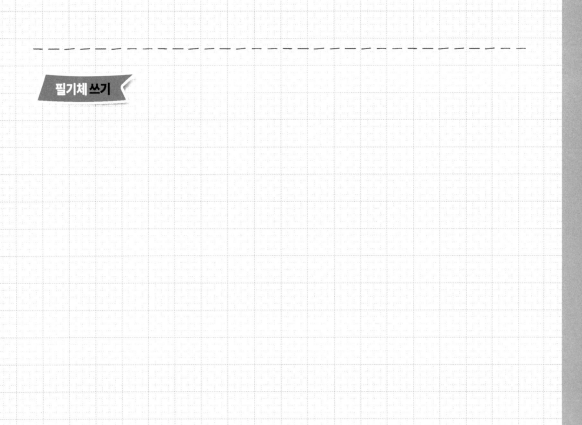

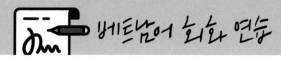

앰 꺼 띠엔 래 콤
A: Em có tiền lẻ không?

콤 앰 찌 꺼 떠 남짬
B: Không, em chỉ có tờ 500.

- -

A: *Em có tiền lẻ không?*

B: *Không, em chỉ có tờ 500.*

● **한글 해석**

A: 잔돈이 있어요?

B: 아니요, 저는 50만 동짜리 밖에 없어요.

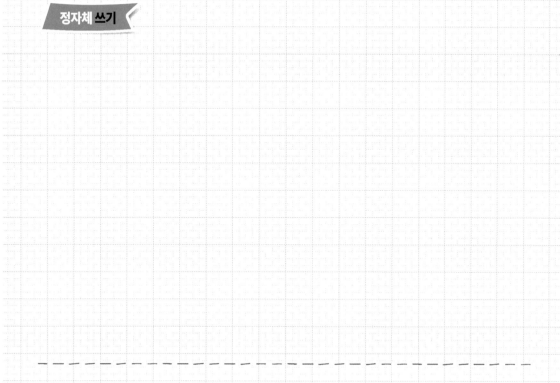

Bài 11

A: 짜오 찌 앰 라 유리 마 앰 닫 펌 조이
Chào chị, em là Yuri mà em đặt phòng rồi.

B: 아 쩌 찌 호 찌에우
À, cho chị hộ chiếu.

하이 앰 꿈 쓰 줌 몯 펌 파이 콤
Hai em cùng sử dụng 1 phòng, phải không?

벙
A: Vâng.

- -

A: Chào chị, em là Yuri mà em đặt phòng rồi.

B: À, cho chị hộ chiếu.

Hai em cùng sử dụng 1 phòng, phải không?

A: Vâng.

● **한글 해석**

A: 안녕하세요, 저는 유리인데, 방을 미리(이미) 예약했어요.

B: 아, 여권을 주세요.

둘이 방 하나에 같이 쓰는 거, 맞죠?

A: 네.

정자체 쓰기

필기체 쓰기

아 로 레 떤 파이 콤
A: A lô, lễ tân, phải không?

쩌 앰 몯 까이 고이 바 몯 까이 칸
Cho em 1 cái gối và 1 cái khăn.

벙 앰 더이 쭏 내
B: Vâng, em đợi chút nhé.

- -

A: A lô, lễ tân, phải không?

Cho em 1 cái gối và 1 cái khăn.

B: Vâng, em đợi chút nhé.

● **한글 해석**

A: 여보세요, 리셉션 맞죠?

베개 하나랑 수건을 하나 주세요.

B: 네, 조금만 기다려 주세요.

정자체 쓰기

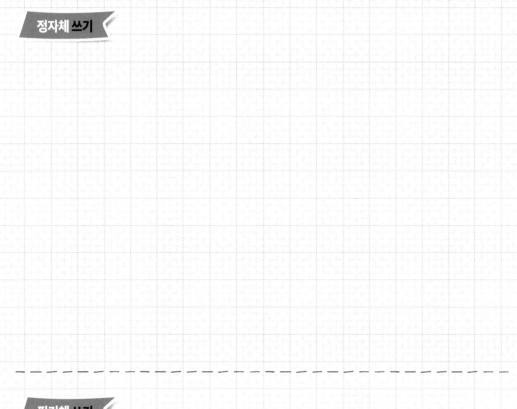

필기체 쓰기

아　찌 어이　쩌　앰　템　몯 까이　고이　느어
A: À chị ơi, cho em thêm 1 cái gối nữa.

버이　하이 까이　고이　바　몯 까이　칸　파이　콤
B: Vậy, 2 cái gối và 1 cái khăn, phải không?

파이　깜　언　찌
A: Phải, cám ơn chị.

A: À chị ơi, cho em thêm 1 cái gối nữa.

B: Vậy, 2 cái gối và 1 cái khăn, phải không?

A: Phải, cám ơn chị.

● 한글해석

A: 아 저기요, 베개를 한 개 더 주세요.

B: 그러면 베개 두 개와 수건이 한 개, 맞죠?

A: 네 맞아요, 감사합니다.

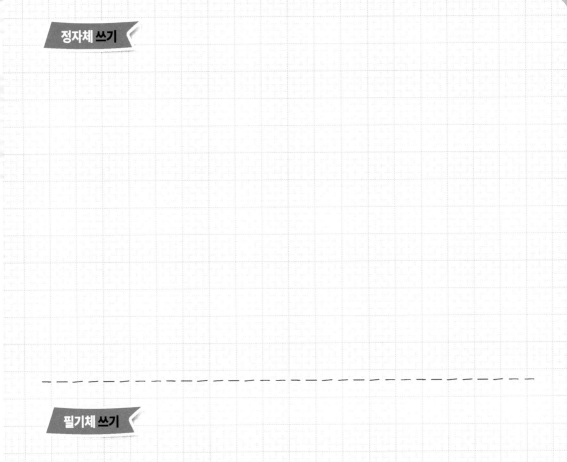

정자체 쓰기

필기체 쓰기

베트남어 회화 연습

아 맏 꾸아
A: À, mát quá!

찌 꿈 칻 느억 꾸아
B: Chị cũng khát nước quá!

느억 더이 찌 우옹 디
A: Nước đây, chị uống đi!

앰 우옹 템 디 쭏 느어 찌 우옹
B: Em uống thêm đi, chút nữa chị uống.

- -

A: À, mát quá!

B: Chị cũng khát nước quá!

A: Nước đây, chị uống đi!

B: Em uống thêm đi, chút nữa chị uống.

● 한글 해석

A: 아, 너무 시원하다!

B: 나도 너무 목말라!

A: 물 여기 있어. 언니 마셔!

B: 네가 더 마셔, 조금 뒤에 마실게.

정자체 쓰기

필기체 쓰기

짜오 앰 고이 바 칸   더이
A: Chào em, gối và khăn đây.

네우 꺼 비엑 지 티 거이 찌 녜
Nếu có việc gì thì gọi chị nhé.

벙   깜 언 찌
B: Vâng, cám ơn chị.

- -

A: Chào em, gối và khăn đây.

Nếu có việc gì thì gọi chị nhé.

B: Vâng, cám ơn chị.

● 한글 해석

A: 안녕하세요, 베개랑 수건 여기 있습니다.

무슨 일이 있으면 불러주세요.

B: 네, 감사합니다.

정자체 쓰기

- -

필기체 쓰기

베트남어 회화 연습

어 더이 까이 나오 응언 녇
A: Ở đây, cái nào ngon nhất?

까이 나오 꿈 응언
B: Cái nào cũng ngon,

니응 니에우 응으어이 안 바잉 쌔오 바 냄 느엉
nhưng nhiều người ăn bánh xèo và nem nướng.

- -

A: *Ở đây, cái nào ngon nhất?*

B: *Cái nào cũng ngon,*

nhưng nhiều người ăn bánh xèo và nem nướng.

● **한글 해석**

A: 여기에서 뭐가 가장 맛있어요?

B: 어느 것이든 다 맛있어요,

그런데 많은 사람이 바잉쌔오(베트남식 부침개)와 냄느엉(베트남식 떡갈비 구이)을 먹어요.

정자체 **쓰기**

필기체 **쓰기**

찌 어이 쩌 앰 하이 쑤얻 바잉 쌔오
A: Chị ơi, cho em 2 suất bánh xèo.

바 하이 디어 냄 느엉
Và 2 đĩa nem nướng.

벙 앰 더이 몯 쭏
B: Vâng, em đợi một chút.

- -

A: Chị ơi, cho em 2 suất bánh xèo

Và 2 đĩa nem nướng.

B: Vâng, em đợi một chút.

● 한글 해석

A: 언니, 바잉쌔오 2인분

그리고 냄느엉(베트남식 떡갈비 구이)을 두 접시 주세요.

B: 네, 조금만 기다려 주세요.

정자체 **쓰기**

필기체 **쓰기**

Bài 18

찌 어이 까이 나이 앰 망 디
A: Chị ơi, cái này em mang đi.

오 께 앰 더이 몯 쭏
B: Ô kê, em đợi một chút.

찌 어이 띵 띠엔
A: Chị ơi, tính tiền.

떧 까 라 싸우 므어이 응인
B: Tất cả là 60 nghìn.

- -

A: Chị ơi, cái này em mang đi.

B: Ô kê, em đợi một chút.

A: Chị ơi, tính tiền.

B: Tất cả là 60 nghìn.

● **한글 해석**

A: 저기요, 저는 이것을 포장해 갈게요.

B: 네, 조금만 기다려 주세요.

A: 저기요, 계산해 주세요.

B: 모두 6만 동이에요.

정자체 쓰기

필기체 쓰기

Bài 19

A: 오이 비엔 댑 꾸아
A: Ôi, biển đẹp quá!

찌 어이 밍 꿈 쫍 힝 디
Chị ơi, mình cùng chụp hình đi!

으 밍 녀 응으어이 더 쫍 디
B: Ừ, mình nhờ người đó chụp đi!

아잉 어이 쫍 힝 지웁 앰 드억 콤
A: Anh ơi, chụp hình giúp em, được không?

- -

A: Ôi, biển đẹp quá!

Chị ơi, mình cùng chụp hình đi!

B: Ừ, mình nhờ người đó chụp đi!

A: Anh ơi, chụp hình giúp em, được không?

● **한글 해석**

A: 우와, 바다 너무 예쁘다!

언니, 우리 사진 찍자!

B: 응, 우리 저분에게 부탁하자!

A: 저기요, 사진을 좀 찍어주실 수 있나요?

정자체 **쓰기**

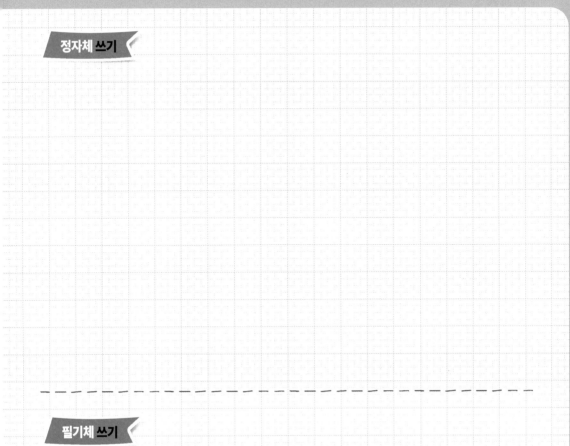

필기체 **쓰기**

Bài 20

찌 어이 힝 니으 앰 비 더이 붐
A: Chị ơi, hình như em bị đầy bụng.

테 아 밍 디 무어 투옥 냬
B: Thế à? Mình đi mua thuốc nhé.

으
A: Ừ.

- -

A: Chị ơi, hình như em bị đầy bụng.

B: Thế à? Mình đi mua thuốc nhé.

A: Ừ.

● **한글해석**

A: 언니, 나는 소화가 안 되는 것 같아.

B: 그래? 우리 약을 사러 가자.

A: 응.

정자체 **쓰기**

- -

필기체 **쓰기**

Bài 21

유리 어이 또이 나이 앰 무온 디 더우
A: Yuri ơi, tối nay em muốn đi đâu?

앰 무온 디 쌤 꺼우 좀
B: Em muốn đi xem cầu Rồng.

응애 너이 드억 써이 증 바오 남 하이 콤 므어이 바
Nghe nói được xây dựng vào năm 2013.

테 아 버이 디 디
A: Thế à? Vậy đi đi!

- -

A: Yuri ơi, tối nay em muốn đi đâu?

B: Em muốn đi xem cầu Rồng.

Nghe nói được xây dựng vào năm 2013.

A: Thế à? Vậy đi đi!

● **한글 해석**

A: 유리야, 오늘 저녁에 어디를 가고 싶어?

B: 나 용다리(다낭의 관광지)를 보러 가고 싶어.

들어 보니까 2013년도에 지어졌대.

A: 그래? 그럼 가자!

Bài 22

머이 앰 응오이
A: Mời em ngồi.

앰 응오이 더이 쭏 내
Em ngồi đợi chút nhé.

앰 디 버이 찌 나이
Em đi với chị này,

껀 앰 디 버이 찌 끼어 내
còn em đi với chị kia nhé.

- -

A: *Mời em ngồi.*

Em ngồi đợi chút nhé.

Em đi với chị này,

còn em đi với chị kia nhé.

● **한글 해석**

A: 앉으세요.

앉아서 조금만 기다려주세요.

손님은 이분이랑 가시고,

그리고 손님은 저분이랑 가세요.

정자체 쓰기

필기체 쓰기

Bài
23

앰   틱   마잉   하이 내
A: Em thích mạnh hay nhẹ?

앰   틱   마잉
B: Em thích mạnh.

찌   법   피어 쩬   드억   콤
Chị bóp phía trên, được không?

- -

A: *Em thích mạnh hay nhẹ?*

B: *Em thích mạnh.*

Chị bóp phía trên, được không?

● **한글 해석**

A: 마사지 세게 하는 게 좋아요? 약하게 하는 게 좋아요?

B: 저는 세게 마사지 하는 게 좋아요.

위쪽을 눌러 주실 수 있으세요?

정자체 쓰기

필기체 쓰기

Bài 24

찌 어이 파이 디 꺼우 좀 테 나오
A: Chị ơi, phải đi cầu Rồng thế nào?

아 앰 끄 디 탕 드엉 나이
B: À, em cứ đi thẳng đường này.

깜 언 찌
A: Cảm ơn chị.

- -

A: Chị ơi, phải đi cầu Rồng thế nào?

B: À, em cứ đi thẳng đường này.

A: Cảm ơn chị.

● **한글 해석**

A: 언니 용다리를 어떻게 가야해요?

B: 아, 그냥 이 길로 직진하세요.

A: 감사합니다.

정자체 쓰기

필기체 쓰기

메모장

메모장